અદ્ભૂત ગ્રેઈસ

For Buchi Emecheta - *M.H.*
For Joe - *C.B.*

Gujarati Translation by
Hema Parekh
ભાષાંતર: હેમા પારેખ

Amazing Grace copyright © Frances Lincoln Limited 1991
Text copyright © Mary Hoffman 1991
Illustrations copyright © Caroline Binch 1991

First published in Great Britain in 1991 by
Frances Lincoln Limited, 4 Torriano Mews
Torriano Avenue, London NW5 2RZ

First Gujarati language edition published by Frances Lincoln in 2005

British Library Cataloguing in Publication Data available on request.

ISBN: 1-84507-413-0

Printed in China

1 3 5 7 9 8 6 4 2

Amazing Grace

Written by
Mary Hoffman

Illustrated by
Caroline Binch

FRANCES LINCOLN CHILDREN'S BOOKS

Grace was a girl who loved stories.

She didn't mind if they were read to her or told to her or made up in her own head. She didn't care if they were from books or on TV or in films or on the video or out of Nana's long memory. Grace just loved stories.

And after she had heard them, or sometimes while they were still going on, Grace would act them out. And she always gave herself the most exciting part.

ગ્રેઇસ એક એવી છોકરી હતી કે જેને વાર્તાઓ બહુ ગમતી.

કોઇએ વાંચીને સંભળાવી હોય કે કહીને કે પછી તેણે જાતે મગજમાંથી ઉપજાવી કાઢી હોય- કોઇપણ જાતની વાર્તાનો તેણીને વાંધો ન હતો. વાર્તાઓ પુસ્તકોમાંની હોય કે ટીવી પર આવી હોય કે ફિલ્મ આથવા વિડીયો પર તેણીએ જોઇ હોય કે પછી તેની નાનીમાંના જૂનાં સંસ્મરણોમાંથી હોય- વાર્તા હોય એટલું જ ગ્રેઇસ માટે પૂરતું હતું. ગ્રેઇસને બસ વાર્તાઓ બહુ ગમતી.

વાર્તા સાંભળી લીધા પછી અથવા ક્યારેક વાર્તા ચાલુ હોય તે દરમિયાન, ગ્રેઇસ વાર્તાને નાટકની જેમ ભજવતી અને તેણી પોતાની જાતને સૌથી વધુ મજા પડે તેવું પાત્ર ભજવતી.

Grace went into battle as Joan of Arc...

જોઅૂન ઓફ આર્ક બની ગ્રેઇસ લડાઇમાં જતી...

and wove a wicked web as Anansi the spiderman.

અને એનાન્સી કરોળિયા માણસની જેમ અટપટું જાળું વણતી.

She hid inside the wooden horse at the gates of Troy...

ટ્રોય શહેરના દરવાજા બહાર લાકડાના ઘોડાની અંદર તેણી સંતાઇ જતી....

she crossed the Alps with Hannibal and a hundred elephants...

તેણીએ હાનિબાલ એકસો હાથીઓ જોડે આલ્પ્સની પર્વતમાળા
ઓળંગી હતી....

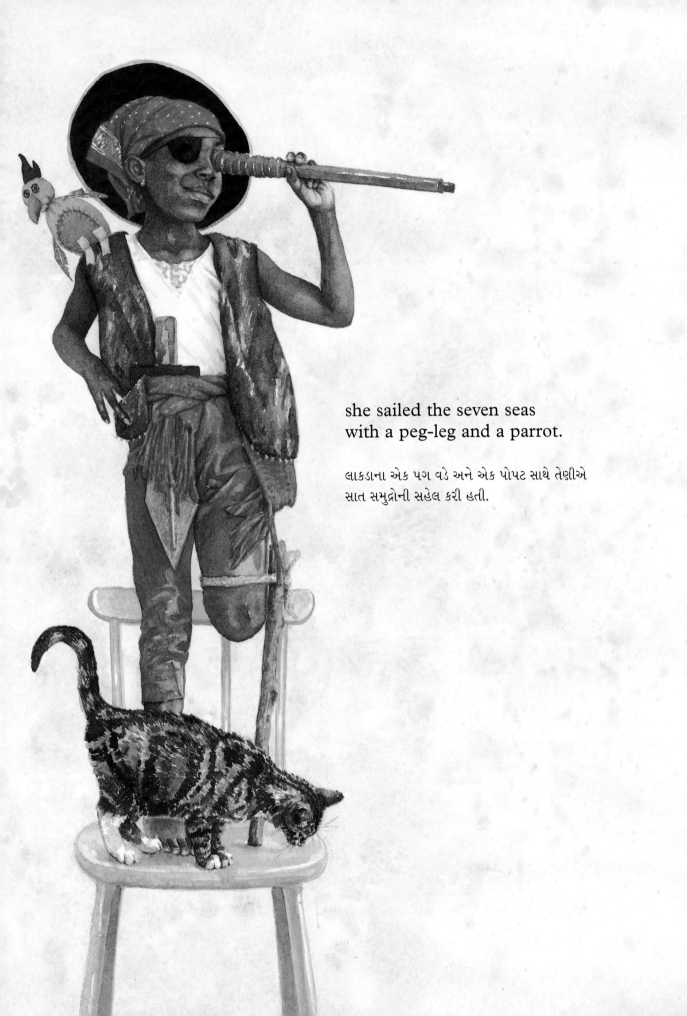

she sailed the seven seas
with a peg-leg and a parrot.

લાકડાના એક પગ વડે અને એક પોપટ સાથે તેણીએ
સાત સમુદ્રોની સહેલ કરી હતી.

She was Hiawatha, sitting by the shining Big-Sea-Water

મોટા - દરિયાના - ચળકતા પાણીની બાજુમાં બેસીને તે હિવાથા બનતી.

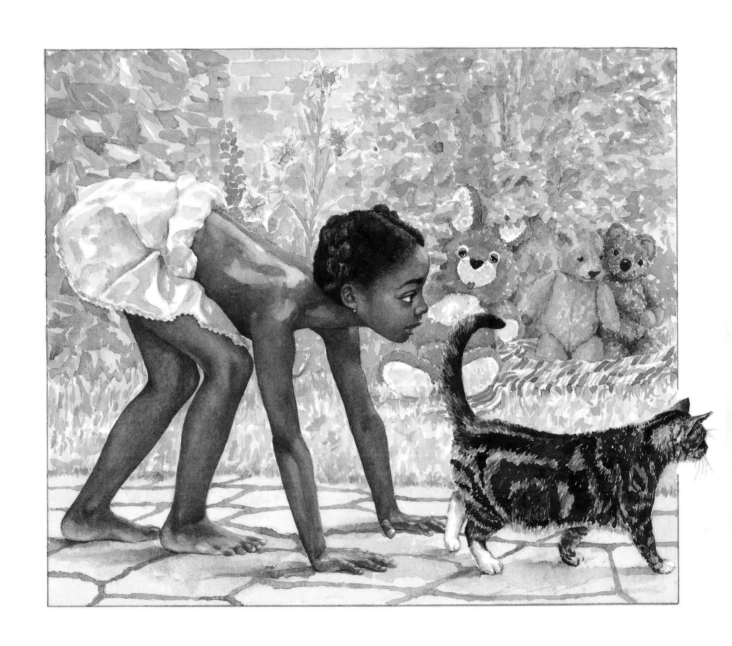

and Mowgli in the back garden jungle.

અને બગીચાના પાછળના જંગલમાં એ મૌગલી બનતી

But most of all Grace loved to act pantomimes. She liked to be
Dick Whittington turning to hear the bells of London Town or Aladdin
rubbing the magic lamp. The best characters in pantomimes were boys,
but Grace played them anyway.

પણ સૌથી વધારે ગ્રેઇસને પેન્ટોમાઇમસમાં ભાગ લેવાનું બહુજ ગમતું. લંડન શહેરના ઘંટ
સાંભળવા માટે તેણીએ ડિક વિટિંગ્ટન અથવા જાદુઇ ચિરાગ ઘસવા માટે અલાદિન બનવું ગમતું.
પેન્ટોમાઇમસના સૌથી સારા પાત્રો છોકરાઓના હતા. પણ તો ય તે પાત્રો ગ્રેઇસ ભજવતી.

When there was no-one else around, Grace played all the parts herself.
She was a cast of thousands. Paw-Paw the cat usually helped out.

જ્યારે બીજું કોઇ ન મળે, ત્યારે ગ્રેઇસ બધાં પાત્રો જાતે જ ભજવતી. હજારો પાત્રોમાં એ એકલીજ હતી.
તેણીની બિલાડી પો-પો ઘણે ભાગે તેણીને મદદ કરતી.

And sometimes she could persuade Ma and Nana to join in, when they weren't too busy. Then she was Doctor Grace and their lives were in her hands.

અને જ્યારે મા અને નાનીમા બહુ કામમાં ન હોય, ત્યારે તેમને ભાગ લેવા માટે ક્યારેક તે મનાવી શક્તી.
ત્યારે તેણી ડોકટર ગ્રેઈસ બનતી અને તેમની જિંદગી તેણીના હાથમાં હતી.

One day at school her teacher said they were going to do the play of *Peter Pan*.
Grace put up her hand to be... Peter Pan.

"You can't be called Peter," said Raj. "That's a boy's name."
But Grace kept her hand up.

"You can't be Peter Pan," whispered Natalie.
"He wasn't black." But Grace kept her hand up.

"All right," said the teacher. "Lots of you want to be Peter Pan,
so we'll have to have auditions. We'll choose the parts next Monday."

એક દિવસ શાળામાં તેણીના શિક્ષકે કહ્યું કે તે લોકો પીટર પેનનું નાટક ભજવવાનાં હતાં. ગ્રેઈસે પીટર પેન બનવા માટે પોતાનો હાથ ઊંચો કર્યો....

"તારું નામ પીટર પેન ન હોઈ શકે," તેમ રાજે કહ્યું. "એ છોકરાનું નામ છે."

પણ ગ્રેઈસે પોતાનો હાથ ઊંચો રાખ્યો.

"તું પીટર પેન ન બની શકે," નાતાલીએ તેણીના કાનમાં કહ્યું, "એ કાળો ન હતો."

પણ ગ્રેઈસે પોતાનો હાથ ઊંચો રાખ્યો.

"ભલે ત્યારે," શિક્ષકે કહ્યું. "તમારામાંથી ઘણાંને પીટર પેન બનવું છે એટલે આપણે બધાં પાસે કંઈક બોલાવવું પડશે. આપણે આવતા સોમવારે પાત્રોની પસંદગી કરીશું.

When Grace got home, she seemed rather sad.

"What's the matter?"asked Ma.

"Raj said I couldn't be Peter Pan because I'm a girl."

"That just shows all Raj knows about it," said Ma.
"Peter Pan is *always* a girl!"

જ્યારે ગ્રેઈસ ઘરે પહોંચી ત્યારે તેણી ઉદાસ જણાતી હતી.
શું થયું છે? મા એ પૂછયું.
''રાજે કહ્યું કે હું પીટર પેન નથી બની શક્તી કારણકે હું છોકરી છું. ''
''રાજને એનાથી વધુ આવડે છે શું?'' માએ ક્હયું.
''પીટર પેન હંમેશા છોકરી જ હોય છે.''

Grace cheered up, then later she remembered something else. "Natalie says
I can't be Peter Pan because I'm black," she said.

Ma started to get angry but Nana stopped her.

"It seems that Natalie is another one who don't know nothing," she said.
"You can be anything you want, Grace, if you put your mind to it."

ગ્રેઈસ ખુશ થઈ ગઈ,પછી તેણીને બીજું કંઈક યાદ આવ્યું. "નાતાલી કહે છે કે હું કાળી છું
એટલે પીટર પેન ન બની શકું," તેણીએ કહ્યું. મા ગુસ્સે થવા જતી હતી, પણ નાનીમાએ
તેને રોકી.

"મને લાગે છે કે નાતાલી એક બીજી એવી છે કે જેને કશી જ ખબર પડતી નથી," તેણીએ
કહ્યું, "ગ્રેઈસ તું ધારે તો તું જે થવા માગતી હોય તે થઈ શકે છે."

Next day was Saturday and Nana told Grace they were going out. In the afternoon they caught a bus and a train into town. Nana took Grace to a grand theatre. Outside it said,"ROSALIE WILKINS IN ROMEO AND JULIET in beautiful sparkling lights.

બીજે દિવસે શનિવાર હતો અને નાનીમાએ ગ્રેઇસને કહ્યું કે તેઓ બન્ને બહાર જવાનાં હતાં. બપોરે તેઓ બસ અને ટ્રેનમાં ગામમાં આવ્યાં. નાનીમા ગ્રેઇસને એક ભવ્ય થિએટર પર લાવ્યા. બહાર સુંદર ઝગમગતી બત્તીમાં લખ્યું હતું. ''રોઝાલી વિલ્કિન્સ રોમીયો અને જુલિએટમાં''.

"Are we going to the ballet, Nana?"asked Grace.

"We are, Honey, but I want you to look at these pictures first."

Nana showed Grace some photographs of a beautiful young girl dancer in a tutu. "STUNNING NEW JULIET!" it said on one of them.

''આપણે બેલે જોવા જઈએ છીએ. નાનીમા ? ગ્રેઇસે પૂછ્યું.

'' હા મિઠડી, પણ રહેલાં તું આ ચિત્રો જો.''

નાનીમાએ ગ્રેઇસને ટુટુ પહેરેલી એક સુંદર યુવાન નર્તકીના કેટલાંક ફોટા દેખાડ્યા

''આંખે વળગે તેવી નવી જુલિએટ!'' તેવું એક ફોટા પર લખ્યું હતું

"That one is little Rosalie from back home in Trinidad," said Nana. "Her Granny and me, we grew up together on the island. She's always asking me do I want tickets to see her little girl dance – so this time I said yes."

''જો પેલી આપણા દેશ ટ્રિનિદાદની નાનકડી રોઝાલી છે.''નાનીમાએ કહ્યું. ''તેની દાદીમા અને હું, અમે બંને એક ટાપુ પર સાથે મોટાં થયાં છીએ. એ હંમેશા મને પૂછયાં કરતાં હતાં કે મને તેની નાનકડી દિકરીના નૃત્ય જોવા માટે ટિકિટો જોઇએ છે - એટલે આ વખતે મેં હા કહી.''

After the ballet, Grace played the part of Juliet, dancing around
her room in her imaginary tutu.
"I can be anything I want," she thought. "I can even be Peter Pan."

બેલે જોયા પછી, ગ્રેઈસ જુલિએટનું પાત્ર ભજવતી, પોતાની કલ્પનામાં ટુટુ પહેરીને
તેના રૂમમાં ચારેતરફ ઘૂમતી નાચવા લાગી. ''હું જે બનવા ધારુ તે બની શકું છું,''
તેણીએ વિચાર્યું, ''હું પીટર પેન પણ બની શકું છું.''

On Monday they had the auditions. Their teacher let the class vote on the parts. Raj was chosen to play Captain Hook. Natalie was going to be Wendy.

Then they had to choose Peter Pan.

Grace knew exactly what to do – and all the words to say. It was a part she had often played at home. All the children voted for her.

"You were great," said Natalie.

સોમવારે શિક્ષકને કંઈક બોલીને સંભળાવવાનું હતું. જુદા જુદા પાત્રો વિશે મત આપવાનું શિક્ષકે વર્ગને જ સોખ્યું. કેપ્ટન હૂક માટે રાજની પસંદગી થઈ. નાતાલી, વેન્ડી બનવાની હતી.

પછી તેમણે પીટર પેનની પસંદગી કરવાની હતી.

ગ્રેઇસને શું કરવું હતું તે બરાબર જાણતી હતી- અને બધા શબ્દો તેણીને આવડતા હતા. આ પાત્ર તેણીએ ઘણીવાર ઘરે ભજવી લીધું હતું. બધાં બાળકોએ તેણીને મત આપ્યો.

"તે તો કમાલ કરી," નાતાલીએ કહ્યું.

The play was a great success and Grace was an amazing Peter Pan.

After it was all over, she said, "I feel as if I could fly all the way home!"

"You probably could," said Ma.

"Yes," said Nana. "If Grace put her mind to it – she can do anything she want."

નાટક બહુજ સફળ નીવડ્યું અને ગ્રેઇસ એક અદ્ભૂત પીટર પેન બની હતી.

બધું પતી ગયું, ત્યારે તેણીએ કહ્યું,"મને એવું થાય છે કે છેક ઘર સુધી હું ઉડી શકું તેમ છું!"

"તું કદાચ ઉડી શકું તેમ છું! "

" તું કદાચ ઉડી શકે તેવી જ છો", માએ કહ્યું.

"હા" નાનીમાએ કહ્યું. "જો ગ્રેઇસ ધારે તો- જે ઇચ્છે તે કરી શકે છે."

OTHER DUAL LANGUAGE TITLES FROM FRANCES LINCOLN CHILDREN'S BOOKS

Rama and the Demon King
Jessica Souhami

When Rama is wrongfully banished to the forest,
Ravana uses a fiendish trick to kidnap his beautiful wife.
Jessica Souhami has adapted her own shadow puppet images
to create the bold illustrations in this ancient Hindu tale.

ISBN: 1-84507-384-3 (Panjabi)
ISBN: 1-84507-415-7 (Urdu)
ISBN: 1-84507-416-5 (Gujarati)
ISBN: 1-84507-417-3 (Bengali)

The Leopard's Drum
Jessica Souhami

A very small tortoise outwits a boastful leopard
to capture his drum in this dramatic retelling
of the traditional Asante tale from West Africa.
Jessica Souhami has adapted her own shadow puppet images
to create the bold illustrations.

ISBN: 1-84507-385-1 (Panjabi)
ISBN: 1-84507-418-1 (Urdu)
ISBN: 1-84507-419-X (Gujarati)
ISBN: 1-84507-420-3 (Bengali)

Frances Lincoln titles are available from all good bookshops.
You can also buy books and find out more about your favourite titles,
authors and illustrators on our website: **www.franceslincoln.com**